Ôm đàn hát giữa thế gian

Ca Khúc Du Ca Và Lãng Du Ca
TRƯƠNG XUÂN MẪN

Trương Xuân Mẫn

ÔM ĐÀN HÁT GIỮA THẾ GIAN

Trình bày bìa: Trương Đỗ Như Ý

Viết nhạc: Trương Xuân Tiên Sa, Tú Minh, Nguyễn Trí Kiệm

Tranh bìa: Nguyễn thị Dư Dư "Thế giới riêng của tôi"

Hình ảnh: Minh Phú, Đỗ Đình, sưu tập thân hữu...

Trình bày, dàn trang: Nguyễn Thành, Trương Xuân Mẫn, Lê Hân

Nhà Xuất Bản

NHÂN ẢNH

2020

TRƯƠNG XUÂN MẪN

- Quê nội: Huế, Thừa Thiên. Quê ngoại: Quy Nhơn, Bình Định. Cha sinh: Hội An. Sinh ra ở Bồng Sơn. Trải qua thời ấu thơ, đi học, làm việc tại Quy Nhơn, Huế, Đà Nẵng.
- Đã học qua các trường: "Vở lòng" ở Giòng Mến Thánh Giá, An Lỗ, Thừa Thiên, Tiểu học Tin Lành, College Francais De Tourane (Lycée Blaise Pascal) Đà Nẵng, Providence, (Thiên Hựu, Huế), Trung Học Phan Thanh Giản - Đà Nẵng, Trường Âm nhạc Huế...
- Tham gia Phong trào Du Ca Việt Nam từ 1969. Huynh trưởng Phong Trào Du Ca Việt Nam. Đoàn phó Đoàn Du Ca Đà Nẵng (1970). Sáng lập viên Liên toán Đà Giang (thuộc Đoàn Du Ca Đà Nẵng, 1972). Sáng lập viên Đoàn Du Ca Huế (1973).
- Giáo sư âm nhạc ở các trường Nữ Trung Học Hồng Đức, Trung Học Phan Thanh Giản, Trung Học Hoàng Việt (1972-1975)...
- Sau 1975, tiếp tục dạy âm nhạc các trường Trung Học trong TP. Đà Nẵng cho đến 1995 định cư tại Hoa Kỳ theo diện ODP.
- Phóng viên nhiếp ảnh hầu hết các báo vùng Bắc Cali. Sáng lập viên Câu lạc bộ Âm Nhạc Bắc Cali (1997).
- 2006: Tham gia hoạt động trở lại Phong Trào Du Ca Việt Nam tại hải ngoại cùng dược sĩ Hoàng Ngọc Tuệ, Nguyễn Thiện Cơ, Tâm Nguyên... và các nhạc sĩ quá vãng: Nguyễn Đức Quang, Ngô Mạnh Thu, Trầm Tử Thiêng, Lý Văn Chương....
- Sáng lập viên Đoàn Du Ca Bắc Cali (2010)
- Có tác phẩm Văn, Thơ, Nhạc, Ảnh.. đăng rải rác trong và ngoài nước từ trước 1975 đến nay...

CHÂN THÀNH CẢM ƠN CÁC ÂN NHÂN, THÂN HỮU ĐÃ ỦNG HỘ TINH THẦN, VẬT CHẤT ĐỂ THỰC HIỆN CÁC TẬP SÁCH NÀY:

Ô.bà Bác Sĩ Chánh Việt + Tống Diệu Liên
Bác sĩ Lynn Ngô, nghệ nhân (Stanford Hospital)
Ô.bà Bác Sĩ Chung Hữu Vũ + Trang Thuy Vu
Ô.bà Bác sĩ Nguyễn Thế Triều Huy + Thùy Nga
Ô.bà Chiêu Lê, doanh nhân, TGĐ Hệ thống Lee Sandwiches.
Ô.bà Hà Lý, doanh nhân, thân hữu TP. Fremont,CA
Ông Đàn Lê, nhân sĩ, thân hữu TP Fremont
Ô.bà Trần Khánh Hưng, doanh gia, Hưng Phát Jewelry
Ô.bà Scott K.Vo, giám đốc Sharp Dimension, đồng hương ĐN
Nhà báo Huỳnh Lương Thiện, chủ nhiệm báo Mõ SF
Ô.bà Húa Ngô: doanh nhân, (Vernon, Nam Cali)
Ô.bà Bác sĩ Nguyễn Hoàng Tuấn
Ô.bà Bác sĩ Trần Khiết + Hoàng Oanh
Ô.bà nhà báo Lê Văn Hải, chủ nhiệm báo Thằng Mõ San José
Ô.bà nhà báo Cao Ánh Nguyệt, chủ nhiệm tuần báo Phụ nữ Cali
Ô.bà Nguyễn Trung Cao, nhân sĩ, nhà hoạt động cộng đồng
Ô.bà Nhà thơ, giáo sư tiến sĩ Phạm Quang Minh
Ô.bà Bác sĩ Nguyễn Ngọc Tuấn
Ô.bà Tony Đinh, TGĐ Century 21 Real Estate Alliance
Ô.bà Trung Nhu Century 21 Real Estate Alliance
Ô.bà Hiệp Nguyễn Xuân + Thu Loan, đồng hương QNĐN
Ô.bà Sam Hồ + Mỹ Linh, giám đốc Truyền thông giao tế, San Jose Evergreen College
Bác sĩ Hiền Ngọc Nguyễn
Ô.bà Kỹ sư nhạc sĩ Bùi Hữu Nhật, Florida
Giáo sư Lê Mộng Hoa + Nguyễn Hùng (HT Du Ca SG 1975)
Cựu Đại tá Nguyễn Xuân Hách, SQKQVNCH
Ô.bà Trần Chánh Tùy, SQQLVNCH, Hội ĐH. NhaTrang
Ô.bà Đào Hải Triều, Họa sĩ
Ô.bà nhạc sĩ Đào Nguyên
Ô.bà Lê Kha + Trần Mai Hương, Đoàn Du Ca Bắc Cali
Bác sĩ Sophie Đào Kiều Liên, Đoàn Du Ca Bắc Cali
Bà Hoàng Bích Hạnh, Huynh trưởng Nam Cali
Ô.bà Kỹ Sư Đỗ Đinh, Đoàn viên Du Ca Bắc Cali
Ô.bà Trần Quang + Trâm Anh, Giám đốc Papyrus

*"Khi không còn gì trong đời,
tôi vẫn còn thơ và nhạc"*

Trương Xuân Mẫn

Trương Xuân Mẫn qua nét vẽ của Đào Hải Triều

RẤT NGẮN, VÀI GIÒNG...
RẤT DÀI CHO GIÒNG NHẠC ĐỜI NGƯỜI.

Tôi đã có một đời sống âm nhạc ...không bình thường. Thuở thanh xuân, viết được vài ba câu nhạc vừa "chững", chưa kịp "chín tới" thì biến cố ập đến quê hương, lật nhào chiếc xuồng nhỏ tràn đầy hòa âm hy vọng. Chiến tranh ly loạn. Mất - Mất hết. Trên đường "chạy", chỉ biết đớn đau nhìn tập bản thảo, đứa con đầu lòng Thơ Nhạc rơi xuống biển Tiên Sa, cửa Sông Hàn. Tất cả trôi đi, rơi vào quên lãng. Nhưng... Rồi phải sống, cũng phải cầm bút.

20 năm không viết được những giòng nhạc như ý hay theo nghĩ suy. May mà nhờ sống với tuổi thơ, vớt vát những gì đã mất trong chính tuổi thơ tôi đầy bi thương, nghiệt ngã.

Đến bờ Tự Do... Với người, thì "tam thập nhi lập". Còn tôi, tuổi... chớm năm mươi, mới... "ngũ thập nhi lập". Ở xứ người, gần như ai cũng vậy, vừa "kiếm chữ" vừa tất bật sớm khuya, đôi khi có đến...36 nghề không tên, bươn chải "kiếm ăn" cho cuộc sống. 20 năm, Thơ Nhạc mốc meo từ những giọt nước mắt âm thầm trong ký ức rêu phong.

Một chiều, sau vườn nhà, rơi rơi chiếc lá... Bất chợt, nhìn lại, đã nhiều mùa thu đi qua. Giựt mình, quỹ thời gian vơi dần, "gia tài nhạc cảm" cũng nhạt phai. Như phu quét đường, tôi gom những chiếc lá bỏ quên bên đường đời ... Món nợ không vay mượn, cũng chẳng ai đòi nhưng vô cùng thiêng liêng, luôn trong hoài bảo. Đó là âm vang réo gọi của sóng vỗ trên giòng sông âm nhạc. Rồi lại phải "**Ôm đàn hát giữa thế gian**."

Hình như mọi sự bắt đầu đều không bao giờ muộn.
Sáng nay thức dậy nghe tiếng chim hót.
Vườn sau vừa nở những bông hoa.
Giòng nhạc vang lên, khởi động cho một hành trình ...

Trương Xuân Mẫn
Milpitas, 2020

DÒNG NHẠC DU CA

"Người Du ca sống giữa lòng dân tộc, mở mắt nhìn cảnh sống chung quanh, lắng nghe lời than hay tiếng reo mừng của đồng loại, đau khổ và hy vọng, để rồi cất tiếng hát lên bằng ngôn ngữ thơ ca và âm nhạc. Có thể nói: Họ là một trong những phát ngôn nhân của dòng nhạc quê hương và dân tộc trong thời đại mà họ đang sống...

Trương Xuân Mẫn (1972)

Bài học đầu tiên
Tôi có một bài ca
Mưa rơi chợt nhớ
Về đâu, những cánh chim hải âu ?
Tiếng đàn và dàn đồng ca
Bản tình ca của người thủy già
Quê hương ơi, sẽ có một ngày...
Ôm đàn hát giữa thế gian
Bản Du Ca cuối cùng của anh
Sẽ có ngày gặp lại

Bài học đầu tiên

Nhạc và lời: **TRƯƠNG XUÂN MẪN**

(1974 - 1975)

Thưa thầy em đã thuộc bài học sáng nay trong bài giảng có bụi phấn trắng bay bay trên tóc thầy. Giọng thầy như tiếng hát, lời thầy như bài thơ, cho em những ước mơ tới chân trời rộng mở

Bài học đầu tiên có bóng hình núi sông, yêu thương những cánh đồng, nối tiếp đường cha ông. Bài học đầu tiên ấm êm lời ru của mẹ, con cò trắng bay qua, câu ca dao ngọt ngào...

Bài học đầu tiên, sóng vỗ lời biển xanh, căng no những cánh buồm, chở tiếng hò quê hương. Bài học đầu tiên cám ơn thầy, thầy đã dạy, con đường tới tương lai, xây đất nước đẹp.. ..giàu. Bài học đầu tiên em đã thuộc rồi thầy ơi! Là bài ca yêu Tổ quốc, không bao giờ em quên...

Hình trong trang ảnh này là những ca sĩ thành danh hay đang thành công trên đường nghệ thuật, đã từng hát thâu âm, phát thanh, truyền hình, sân khấu... ca khúc Bài Học Đầu Tiên (và nhiều bài hát khác nữa của Trương Xuân Mẫn) từ thời tuổi thơ ôm sách đến trường... Đó là các ca sĩ Jenny Đan Anh, (Ảnh#1) Thanh Hà, (Ảnh #2) Trần Thu Hà (Ảnh #3). Và còn ai nữa...
(Hình ảnh từ Internet)

Jenny Dan Anh

Thanh Hà

Trần Thu Hà

Tôi có một bài ca

"Du ca có thể hát hay- chưa hay- không hay. Nhưng Du Ca hát bằng tấm lòng, hát từ trái tim. Du Ca đi và hát. Du Ca không hát một mình mà mời mọi người cùng hát. Vì vậy tiếng hát Du Ca như giòng suối ngầm đang chảy trong lòng quần chúng. Du Ca sống và hát theo tiếng nói và hơi thở của thời đại mà họ đang sống..."
Trương Xuân Mẫn

Nhạc và lời: **TRƯƠNG XUÂN MẪN**
(2020)

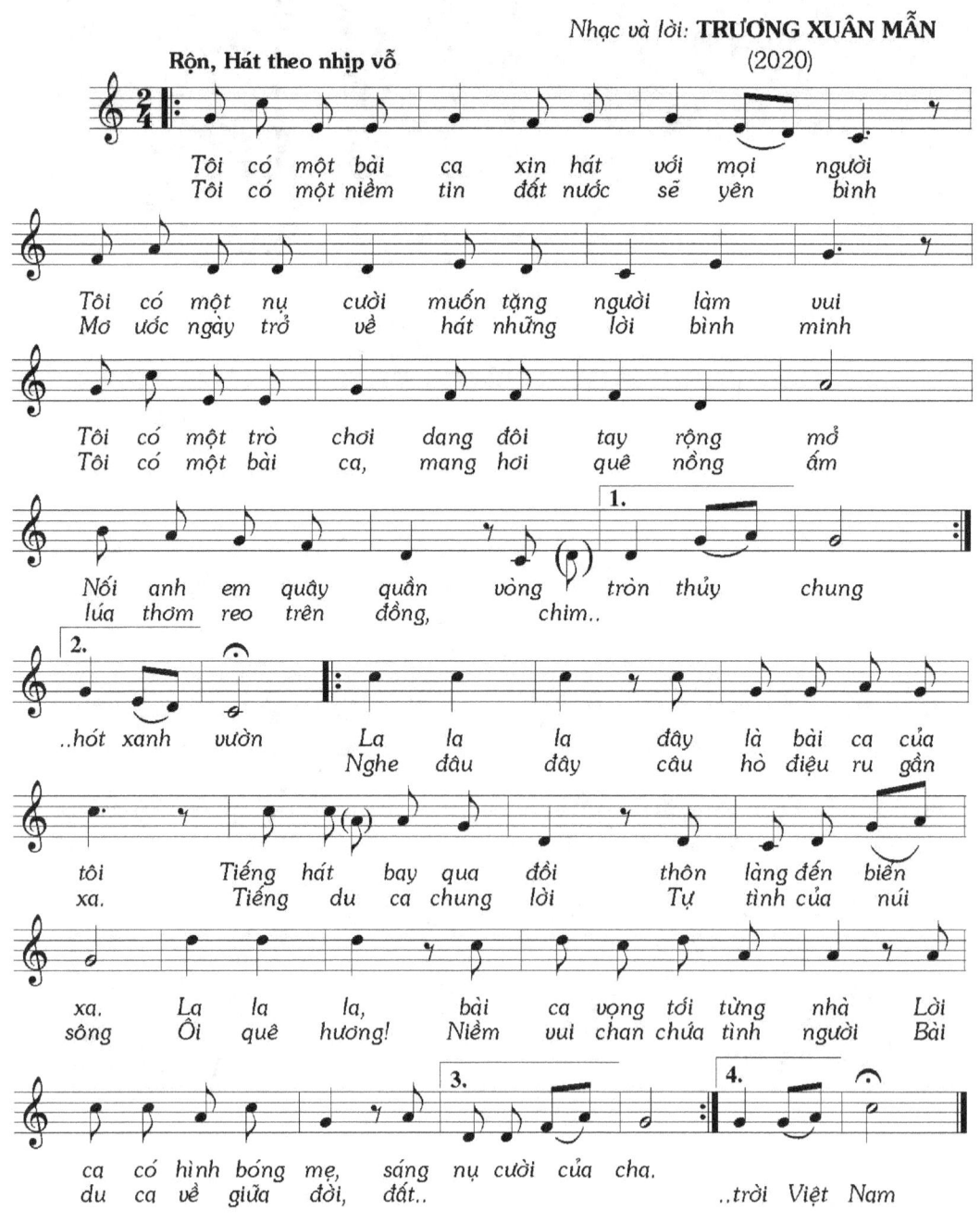

Mưa rơi chợt nhớ

Nhạc: **TRƯƠNG XUÂN MẪN**
Ý thơ: **ĐỖ QUANG VINH**
(1994)

Về đâu, những cánh chim hải âu ?

Nhạc & lời: Trương Xuân Mẫn
(1975 - 1995)

chậm vừa, tha thiết (theo nhịp Rumba lente)

Đã bao lần thầm hỏi   Chiều   nay bay   về   đâu   Những   cánh   hải   âu   theo   mây   bay   về   đâu?

Đã bao lần tìm nhau nhìn biển rộng bao la   chênh   vênh ghềnh   đá có người thủy thủ già   đứng nhìn tháng ngày qua   Đã bao lần ngồi

hát   Bài ca trong chiều mưa   Tiếng hát ngày xưa thoáng nghe sao buồn quá

Đã bao lần tìm nhau   trong nỗi niềm xa quê   Xôn xao ngọn

sóng   thoáng   thấy   hình   bóng   mẹ   Đang   trông   ngóng   mơ   về

Về   đâu   những   cánh   chim   hải   âu   tha   phương   nơi   xứ

người   chơi   vơi   mùa   bão   nổi   Về   đâu   những   cánh   chim   hải

âu   đau   nỗi   buồn   rong   ruổi   mơ   một   ngày   trở   về   quê   hương

1.

tan   hết   sương   mù...   Về....   mù

2.

những   cánh   chim   hải   âu   về   đâu,   về   đâu?

Tiếng đàn và dàn đồng ca

Quý mến tặng "Anh Em Tôi" của Đoàn Du Ca Bắc Cali

nhạc và lời: Trương Xuân Mẫn
(2019 - 2020)

Rộn ràng, tin yêu 𝄋 (moderato)

Tiếng đàn của dàn đồng ca cho chúng ta tình

nghĩa anh em một nhà trong từng giọng hát thiết

tha. Những lời của bài đồng ca, chung tiếng

ca, lời vui ánh mắt môi cười, đầy

ắp trong tim mỗi người. Tiếng đàn trong dàn đồng

ca đưa chúng ta cùng hướng trên một con

đường mang nặng hồn thiêng núi sông. Khúc

nhạc của bài đồng ca vang rất xa tình

ca non nước quê nhà cùng chung tiếng hát chan

hòa. Đàn ơi hát lên ! chào mặt trời đang

đến. Bên suối hát về sông, con sông reo về

núi, chim ngàn cánh rộng niềm vui có chúng

ta bên nhau ngày mới. Đàn ơi hát

lên ! chào mặt trời đang đến. Đem ánh

sáng về trên quê hương đang mờ tối, dân

mình đón nhận niềm vui hát đồng ca vang vọng đất

1. trời. Tiếng.... **2.** trời.

Bản tình ca của người thủy già

"Nhớ, nhớ hết, những sông dài biển rộng
Đầy phong ba và cũng lắm yên bình
Nay ngồi giữa vườn hoa và mơ mộng
Tưởng như mình đang ở tuổi thanh xuân.
(Trích "Cuối Hè", Thơ Hùng Vĩnh Phước)

Nhạc và lời: **TRƯƠNG XUÂN MẪN**
1995

Có   người thủy thủ   già   chiều nay ngồi hát tình

ca   Nhớ về biển cả,   một thời sóng   gió   trôi

qua.   Ngàn áng mây trôi bay trên bầu   trời,   Làn sóng nhấp

nhô nước biếc gọi mời   Con tàu ra   khơi   về bến bờ

mới.   Điệu hát dân   ca ngân nga dịu   vợi   những ánh sao

đêm long lanh điệp   trùng   giọng hò yêu thương   một thoáng quê

hương. Người thủy thủ ơi! Những hành trình lênh đênh xa

bến, tiếng còi tàu giục giã thân quen Âm vang triền sóng, triều

dâng. Ôi người thủy thủ! Năm tháng phôi pha, sóng gió phai

màu, mái tóc sương sa đã bạc đầu Chiều nay biển nhớ gọi

về hát bài tình ca khơi xa...

Quê hương ơi, sẽ có một ngày…

Nhạc và lời: **TRƯƠNG XUÂN MẪN**
1972

Nhanh vừa, tin yêu.

Bao ngày dài, bao năm tháng trong ký ức còn
Đêm vọng buồn, đêm trông ngóng đêm thắp sáng chờ
Bao ngày dài, bao năm tháng đã thấy bóng ngày

vang. Ngày chờ mong sẽ tới cho cuộc đấu tranh đầy gian
mong. Trời tự do sẽ sáng gieo lời ca cánh đồng gieo
mai Người về như con sóng gieo niềm tin trên đồng lúa

khổ. Mẹ còn bao lo âu, Người còn đó nỗi khó. Bao nhiêu
mùa. Mẹ nhìn con sông xưa, Chị nhìn dãy phố cũ. Em chạy
vàng. Triệu bàn chân xôn xao. Rừng ngọn đuốc thắp sáng Đi reo

1.,3. **2.**

năm u sầu đất nước còn thương đau.
rong qua làng bao nét mặt hân.. …hoan.
vang tin lành đi báo mùa xuân sang. **HẾT.**

Ôi quê hương ta ơi! Hát lên đi bằng niềm tin Sẽ có

ngày tươi đẹp là ngày trở về trên quê hương đổi mới

Bao nhiêu năm qua rồi, đất nước hoài chồng chất điêu

linh nhưng non sông này ngàn năm bất khuất như giống da

vàng nước Việt hùng anh!

Âm Thanh Của Sắc Màu *(Nguyễn Thị Dư Dư)*

Ôm đàn hát giữa thế gian

Trời sẽ nắng cây rừng hoang sẽ dậy
Bầy chim di sẽ vỗ cánh bay về
Ngày sẽ tới và mặt trời sẽ mọc
Hỡi loài người vội vã tỉnh cơn mê
(Trích bài "Tiếng hát loài chim di" Thơ Song Nhị)

Nhạc và lời: **TRƯƠNG XUÂN MẪN**
2020

Diễn cảm, 𝄋 **tự sự**

PK1: Tôi đã qua nhiều vòng thế giới Tôi đã
...qua nhiều vùng lửa khói có chiến

qua làng mạc gần xa Giữa phố chợ mà sao buồn
tranh, tiếng khóc lầm than Giữa thế gian mà sao buồn

1.
qua Ở nơi nào cũng thấy lắm khổ đau Tôi đã
thảm Ở nơi nào cũng...

2.
ru
Atempo nhịp nhàng

..thấy vết điêu tàn ĐK1: Ôm đàn, tôi ôm một cây đàn
...đất rất xanh tươi

mang đàn hát giữa thế gian Mang đàn hát

giữa dân gian Tôi sẽ hát bài đồng ca nhân

3.
loại, Rồi tôi hát bài tình ca con người

4.
Ước mơ người mãi mãi đến bên nhau Ôm.. ...nhau. Tôi lắng...
(Vào PK 2 & 3)

(Chậm dần để hết)...

...từ... Tôi hát hoài những lời của mẹ ru.

PK2: Tôi đã qua nhiều miền đất nước.
Bắc xuống Nam, ngược về Miền Trung
Dân nước tôi vùi trong vọng ảo.
Ngày tháng dài chỉ biết có chờ mong.
Bao ước mơ **từng ngày** trông ngóng.
Đường tối dần mất ánh bình minh
Bao nổi trôi chìm trong cuộc sống
Giòng sông buồn giòng nước chẳng yên bình

ĐK : Ôm đàn tôi ôm một cây đàn.
Mang đàn hát giữa quê hương.
Mang đàn hát với đau thương.
Ai hát đó, lời thơ thật buồn.
Còn tôi hát bài ca hy vọng.
Mong dân mình sớm thoát kiếp điêu linh.
(Hát lại ĐK, vào Pk3)

PK3: Tôi lắng nghe lời ca của lá.
Chung tiếng ru hòa nhạc của hoa.
Ai hát theo lời sông lời núi,
Tôi hát về điệp khúc của đồng quê.
Chim hát theo lời reo của suối.
Thêm tiếng ve, nhạc hè bừng vui.
Mây trắng bay, trời giao mùa mới.
Tôi hát về trời đất rất an **lành**.

ĐK : Ôm đàn, Tôi ôm một cây đàn,
Mang đàn hát giữa thiên nhiên,
Mang đàn hát với tháng giêng.
Tôi sẽ hát lời bài ca dao hiền,
Rồi tôi hát về mùa xuân nhân từ.
Tôi hát hoài những lời của Mẹ ru (Trở lại ĐK)
Tôi nhớ hoài những lời Mẹ ru (nhiều lần, chậm dần để Kết)

Bản du ca cuối cùng của anh

(viết tặng hương hồn nhạc sĩ Du Ca Nguyễn Đức Quang)

diễn cảm tự do sâu lắng 𝄋 (con amore) nhạc và lời: Trương Xuân Mẫn
(2012)

(Lời mở) Anh đang   viết   bài Du   Ca cuối   cùng

Bài   Du   Ca mãi   sống   với con Đường Việt   Nam yêu

thương   1.Tôi   vẫn   thấy   ngày từng
                      2.(Trong nắng) sớm   ngày   còn

ngày   anh ôm   đàn hát đàn   mê   say.   Quốc
dài   sao anh   đành giã từ   anh   em.   Bản

kêu   âm   vang hòa theo hồn   nước.   Anh đứng
Du   Ca   chưa còn xong lời   hát.   Trong nắng

đó   bên câu   hò   reo trong gió vẫy cờ tự
sớm   bao hy   vọng bao thôi thúc vẫn còn sục

do   đến rừng biển   xanh thành phố xóm
sôi   Đất   trời Việt   Nam ngày mai sáng

làng.

ngời.

Trong nắng...   Nam ngày mai sáng

ngời.   Bài Du Ca anh   hát dưới ánh mặt

trời.   Đường đấu   tranh   anh

viết thêm trang sử   mới   Cất tiếng

1.hát   cao   lời   núi   sông.   Tiếp   bước
2.hát   cao   lời   núi   sông.   Tiếp   bước

tiếp   con   cháu Lạc   Hồng,   hãy thắp   lên   ngọn
tiếp   con   cháu Lạc   Hồng,   hãy hát   lên   bài

đuốc   bừng   sáng.   Cất tiếng
ca   Hy   Vọng.

Con   đường   Việt   Nam.

Sẽ có ngày gặp lại

(viết trong mùa đại dịch Covid-19)

Mến tặng các trưởng du ca:
Hoàng Ngọc Tuệ, Nguyễn Thiện Cơ
Với niềm tin "Sẽ Có Ngày Gặp Lại"

tin yêu 𝄋 moderato

nhạc và lời: *Trương Xuân Mẫn*
(2020)

Rồi có ngày sẽ gặp lại nhau bao đau thương sau bão giông tàn phá nhân loại, bầy quỷ dữ mặt người dạ thú. Rồi có ngày sẽ gặp lại nhau anh em tôi đi hiên ngang qua luồng u ám đi bươn qua gian khó vô ngần. Phải có ngày ta lại gặp nhau quên lo âu quên sầu đau xa cách con người sẽ cùng nối vòng tay rộng mở Phải có

ngày ta gặp lại nhau qua cơn đau qua cơn

điên ác mộng thế giới không nguôi

ngoai trong mỗi con người. Gặp

nhau rồi sẽ gặp nhau trong hân

hoan nụ cười ánh mắt. Gặp

nhau rồi phải gặp nhau trong câu

ca rộn vang đất trời. Ngày mai rồi sẽ đẹp

tươi bao thương yêu niềm vui đang tới.

Bàn tay giữ chắc vòng tay ta xa

nhau giờ gần bên nhau. Rồi có..

Giấc Mơ Của Bạn Tôi
(Nguyễn Thị Dư Dư vẽ tặng Nhạc sĩ Trương Xuân Mẫn)

Dòng Nhạc Lãng Du

Đi về phía sông, sông vòng dấu hỏi
Về phía sóng, sóng bạc lòng nhiễm bệnh
Giọt lệ nước trào, chân lê bước mỏi
Đi về phía đâu, đâu cũng lênh đênh
(Trích bài thơ " Vết tích thời gian" của Trương Xuân Mẫn)

Đi tìm một nửa hồn nhiên
Vết thương
Chiếc lá
Nắng hồng
Con Chuồn chuồn đỏ ngày xưa
Hoa tím
Yêu em như yêu loài hoa hiền
Khi mưa có em về
Chiều mưa hát trên đồi
Gõ đàn hát chơi

Đi tìm một nửa hồn nhiên

Nhạc: **TRƯƠNG XUÂN MẪN**
Thơ: **TRẦN THỊ THU HÀ**

1994

Swing rock (Nhí nhảnh)

Ơ kìa một thoáng mây trôi Rơi thành bài thơ trong túi. Ơ kìa con đường đầy bụi lung linh tia nắng bạn bè. Ơ kìa hoàng hôn đang tím lặn vào mắt mẹ tươi nâu Em như lạc vào biển lạ Một nửa hồn nhiên em đi tìm. Đi tìm một nửa hồn nhiên, đi tìm một nửa hồn nhiên!.

Hình trong trang ảnh này là những ca sĩ thành danh hay đang thành công trên đường nghệ thuật, đã từng hát thâu âm, phát thanh, truyền hình, sân khấu... ca khúc "Đi Tìm Một Nửa Hồn Nhiên " (và nhiều bài hát khác nữa của Trương Xuân Mẫn) từ thời tuổi thơ ôm sách đến trường... Đó là các ca sĩ : Mỹ Tâm (Ảnh #1). Thầy trò gặp nhau: Ca sĩ Mỹ Tâm và tác giả (Ảnh #2). Victoria Thúy Vi.(Ảnh#3) Hiền Thục (Ảnh #4) ...

Mỹ Tâm

Với ca sĩ Mỹ Tâm, lứa học sinh
năm học lớp 1993-1995

Victoria Thúy Vi

Hiền Thục

Vết thương

Nhạc và lời: **TRƯƠNG XUÂN MẪN**
Ý thơ: **NGUYỄN VĂN THANH**
(10- 1993)

Cơn bão qua đi để lại đồng lúa hoang tàn.

Đồng lúa hoang tàn có thể xanh xanh những mùa sau.

Chiến tranh đi qua để lại cửa nhà đổ nát

Trên đống tro tàn, cửa nhà có thể dựng xây.

Tội ác đi qua để lại Chúa trên thập tự giá Chúa

sẽ có ngày phục sinh.. Nhưng em đi

qua để lại anh vết thương vô hình vết thương vô

hình không thể nào tàn phai. Vết thương vô

hình không thể nào bình yên...

Chiếc lá

Nhạc và lời: **TRƯƠNG XUÂN MẪN**
(1992)

Chiều đang xuống dần. Nhìn chiếc lá rơi chợt nghe lạnh
(Chiều đang xuống) dần Từng chiếc lá rơi Giọt mưa lạnh

lòng. Chiếc lá (a a) rơi. Vạch cong giữa trời, vẽ một giòng
lùng. Chiếc lá (a a) rơi Vượt qua tháng ngày bay về cội

đời lặng lẽ (e é e è) trôi. Chiều đang xuống..
nguồn nằm

giữa mênh mông Chiếc lá mùa đông tưởng chừng vô

vọng chợt nhóm lên đốt cháy ưu phiền xua tan đêm

tối khơi lên ánh sáng từ đống tro than sợi khói bồng

bềnh (Nhạc dạo. . . . .) Này em ơi! Em có

thấy, em có thấy nỗi đau của lá lìa cành chia xa? Thoáng buồn

xưa, mưa nắng bốn mùa, hóa thành xa lạ. Chiếc lá lẻ

loi bay lạc vào đời. Sưởi ấm đêm đông, sưởi ấm cõi

lòng, sưởi ấm đêm đông, sưởi ấm tâm hồn.

Nắng hồng

Nhạc: TRƯƠNG XUÂN MẪN
Thơ: NGUYỄN THỊ XUÂN TÙNG

(1994)

Chầm chậm chút gió ơi! Cuốn giùm tôi trời cũ Khung trời như quyến rũ, ngất ngây kỷ niệm buồn Chầm chậm nhé mây ơi! Vén giùm tôi ngày mới Cho cõi lòng yên lành, ngập tràn ước mơ xanh. Chầm chậm thời gian ơi! Xin đừng trôi vội vã Trên giòng đời hối hả ngơ ngác đếm mùa qua Chậm chậm nhịp tim ơi! Chậm chậm cho nắng hồng gặp người trong ước vọng trong

1. tháng ngày chờ mong Chậm.. **2.** ..mong.

Rong Chơi *(Đào Hải Triều)*

Con chuồn chuồn đỏ
ngày xưa

Nhạc: TRƯƠNG XUÂN MẪN
Lời thơ: LÊ VĂN TIẾN

Nhanh vừa - Hồn nhiên

Bắt được con chuồn chuồn Cô bé nhà

bên thích đến lạ kỳ Hôm sau khóc dưới hiên nhà

Con chuồn chuồn kia bay mất Ơ này! Anh tặng cho

con chuồn màu đỏ đẹp hơn thế nhiều bé

nghe! Bây giờ chuồn chuồn nhiều lắm mà chẳng biết cho

ai. Cô bé nhà bên lớn rồi không còn khóc. Anh

xòe tay bay mất con chuồn chuồn đỏ ngày xưa. Con

chuồn chuồn đỏ ngày xưa. Con... ...xưa. Bắt... ...xưa.

Hoa tím

Nhạc: **TRƯƠNG XUÂN MẪN**
Ý thơ: **CHINH NGỮ**
1994

Rồi một hôm hoa tím rụng đầy sân Người con gái về qua thôi ngoảnh lại. Hoa tím trông theo, nỗi buồn rơi theo giọt đàn xưa, thương nhớ cuối hiên xưa Một mình tôi nhặt hoa tím làm thơ Màu mực tím lặng im trong bóng mờ cánh bướm bay xa, làn hương bay mất để trong sân tháng chín dỗi hờn Mưa về trong tôi những nụ tím bây giờ, những nụ tím bây giờ run rẩy ướt, đang run rẩy ướt. Những chiều mưa bất ngờ. Ôi! Người con gái trở về không thể biết Tôi một mình nhặt hoa tím trong sân, một mình tôi

1. ngồi hát giữa mênh mang..

2. Rồi một... mang...

Yêu em như yêu loài hoa hiền

dolce-mest.. (buồn, xót xa)

Nhạc&lời: Trương Xuân Mẫn

Khi em   về mùa đông thay xác   lá   qua ven

sông giọng hát vẫn âu   sầu   Khi em   về đường xưa hun hút

gió   con chim   rừng mỏi cánh nhớ mưa   rơi   Ta yêu

em như yêu mùa thu   tới Ta yêu em qua bao ngày tháng đợi

Khi em   về hành trang mang tiếng   guốc Đi qua

đêm từng bước gõ ưu   phiền   Sương trong   hồn lạnh căm cơn gió

buốt Bóng ai   về   còn vướng chút hương   xưa Em   ơi

em nghe gì trong cuộc   sống   Ta long   đong chơi vơi một nỗi

buồn   Rồi từ   đó   ta   xa   đi   giòng

người   Tình ngày   xưa   như   muối xát   trong   tim   Ta   yêu

em loay hoay mãi đi   tìm   người   về   như   cơn sóng vỗ vô

tình   Khi   em   về   trời mưa bay   tóc

rối   Tay   buông   trôi từng nỗi nhớ xa   rời   Ta   lạc

loài   cuồng say cơn gió   núi   Ôm nỗi   buồn ngồi hát giữa thiên

nhiên   Ta   thương   em như thương mùa lúa   chín   Ta   yêu

em   như   yêu loài   hoa   hiền ...   -/-

Khi mưa có em về

Slow surf.. *(không nhanh - buồn)* **Nhạc&lời: *Trương Xuân Mẫn***

Từ   ngày mưa tới   em   không về   ngày tháng

u buồn   Ngày   dài theo   bóng   đêm

chập chùng chợt   nhớ   mông lung   Có

tiếng hát   ai   vọng   về   trong   tiếng héo   hon   lời

thề theo   cây   lá   chết   bên   thềm   Từ

ngày mưa tới   ta   ôm buồn nỗi   nhớ   dâng đầy

Tìm   về   quá khứ   tay   vỗ   đàn   ngồi   hát

nghêu ngao   Hát   với   cơn   mưa   rì   rào   mưa

ướt câu   thơ   ngày   nào   Vì   đời   có   gì   mà   vui

Ơ........   kiếp sống lãng du   ru   ta   một   thời

núi bóng ai qua   theo mây về trời   vùi cơn bão

rớt bên đời   Ơ...   kiếp sống bơ vơ

xanh xao lạc loài   Tiếng hát bay qua   theo sông tìm nguồn

ngày em mất hút   cuối mùa đông   Từ   ngày mưa tới   em

không về trời đất   quay cuồng   Một ngày mưa tới   ta

một mình một bóng   cô đơn   Sóng

vỗ mưa rơi rì   rào   nước mắt cho nhau ngày nào

Vì cuộc đời có   nhiều niềm đau.

Chiều mưa hát trên đồi

Đi là đi biệt từ khi chưa về
(thơ Bùi Giáng)

Thơ và nhạc: **TRƯƠNG XUÂN MẪN**
(1973)

Moderato (Xao xuyến, mênh mang).

Chiều lang thang lê đau gót chân Gót chân
(Rừng) lao đao trong bóng núi cao Gió mang

mòn vùi cơn đau vật vờ Chiều rơi mưa rơi ươm
về giọt mưa thu rì rào. Đồi hoang đêm nay sương

giấc mơ giấc mơ dài tàn phai theo tuổi thơ
xuống lan thấm ưu phiền lòng ta ơi quạnh hiu

Chiều mưa bay mưa trên lá cây. Tiếng kinh buồn như lòng mình
Còn ta đêm nay hát với ta. Tiếng hát buồn giữa nghìn trùng

1.
ai hay. Tiếng hát buồn như đời loài chim bay. Rừng
bao la. Đã phai tàn như tình người..

2. **Coda (lần 2)**
chia xa. **Hết** Có tiếng hát chiều xa với

vang tiếng buồn khắp nơi. Có tiếng gió vọng trên đồi

thoáng chút tình rớt rơi. Tìm đâu đêm xưa ánh trăng tan. Tìm

đâu đêm xưa rơi mộng vàng. Tìm em nơi đâu trong

ngày tháng, tháng ngày u hoài vẫn ta mang Chiều..

Mùa Đông Kỳ Diệu *(Pham Bách Phi)*

Gõ đàn hát chơi

Moderato (Mênh mang - Sâu lắng)　　　　　Nhạc & lời: Trương Xuân Mẫn

Chiều về ngồi nhìn sông gõ đàn hát
...về ngồi nhìn sông gõ đàn hát

chơi.　　(Gõ đàn theo nhịp...)　　Chiều về ngồi nhìn
rong.　　　　　　　　　　　　　　　Chiều về ngồi nhìn

sông buồn vời vợi. Thoáng nghe dư âm xưa một dòng
sông tìm cội nguồn. Nhức đau trong con tim đầy sầu

đời trôi về quá khứ xa xôi. Theo làn gió cuốn chơi
muộn thấy mình hóa kiếp rêu rong. Thấy đời trống vắng mênh

vơi. Như tình người đã buông trôi. (Gõ đàn theo nhịp)
mông. Con...

Chiều... ...đường chầm dấu đau thương.   Gõ

đàn hát chơi.   *(Gõ đàn theo nhịp)*   Gõ

đàn hát chơi cho quên đi nỗi ưu phiền, quên

đi những nỗi niềm riêng. Gõ đàn hát chơi gõ đàn hát chơi.

HÌNH ẢNH
HÔM NAY,
NGÀY MAI NHỚ TỚI

Lưng vát ba lô đi hát Du Ca suốt tuổi thanh xuân
trên khắp miền đất nước ... Đà Nẵng 1972

Tay ôm đàn đi hát Du Ca suốt tuổi thanh xuân
trên khắp miền đất nước ... Đà Nẵng 1972

*Hoạt động Du Ca: trái là cố Giáo sư Nhạc Sĩ Trần Đình Quân,
Đoàn trưởng Đoàn Du Ca tại trường Nữ Trung Học Hồng Đức*

Lăn lộn với đồng bào ty nạn Cộng Sản 1973

Hoạt động Du Ca với Nhạc sĩ Nguyễn Đức Quang, cố Luật sư Lê Văn Kiềm
Tại Cù Lao Chàm Đà Nẵng, 1972

Hát cùng với anh là Hải Quân Trung Úy Trương Xuân Bình (thứ 3, từ trái)
và bè bạn, 1973

Nhạc sĩ Nguyễn Đức Quang gặp mặt vài cựu Du Ca sinh hoạt trước 1975
tại nhà Du Ca Tâm Nguyên, 2010

Những khuôn mặt Du Ca gặp lại tại San Jose, từ sau biến cố 1975;
Nhạc sĩ Nguyễn Đức Quang, Ngô Mạnh Thu, Giáo sư Nguyễn Châu, Trương Xuân Mẫn

Hát Du Ca với Nguyên Nhu, Đồng Thảo, Trần Anh Kiệt, Nguyễn Đức Quang
tại Foothill College, Los Gatos, CA

Sinh hoạt với anh em Du Ca Saigon ngày xưa và hôm nay:
Trần Huân, Tôn Thất Lan, Trương Xuân Mẫn, Đặng Mục Tữ, Nguyễn Thiện Cơ
(Saigòn 2017)

Đoàn Du Ca Bắc Cali tại Báo Người Việt, Nam Cali 2012

'Hát với tôi, giữa đám đông hay trong căn phòng.'
Đoàn Du Ca Bắc Cali những đầu tiên 2012

Hát với anh em Du Ca Nguyễn Thiện Cơ, Mây Lan, Nguyên Nhu,
Trương Xuân Mẫn, Đinh Quang Anh Thái , Nam Cali 2012

Hát với Dược sĩ Hoàng Ngọc Tuệ (chủ tịch Phong Trào Du Ca Việt Nam)
và các Du Ca Nam, Bắc Cali
(Hình chụp tại Quận Cam 2012)

Cùng gia đình ở Miami, Florida, 2013

Giáo sư Trương Xuân Bình, Trương Xuân Mẫn, cháu Trương Xuân Hiển Khánh
(con anh Bình trong ngày tốt nghiệp của cháu Khánh)

Cùng người chú, Đại tá Trương Trừng (ngồi giữa)
tại tư gia Trương Xuân Bình

Ca sĩ Thanh Hà, lứa học sinh 1980 - 1983.
Santa Clara 2010

Cùng với cô học trò Ca sĩ Mỹ Tâm (học sinh năm 1992-1995) làm việc thiện,
giúp trẻ em nghèo ở Đà Nẵng- 2011

Gặp lại cô học sinh cũ Minh Hạnh giữa, lớp 9, lứa học sinh 74-75)
nay là nhà tạo mẫu Áo dài VN, bên cạnh là anh chị BSNK Phan Hải. San Jose, 2009

Ca sĩ Trần Thu Hà và Nghệ sĩ đàn dân tộc Vân Ánh

Tham gia đoàn làm phim ca nhạc của ca sĩ Hồng Nhung
(ảnh chụp dưới chân đèo Hải Vân, Đà Nẵng 1994)

Gặp Nhạc Sĩ Ngô Thụy Miên

Lưu niệm với các nhạc sĩ Đức Huy (phải), phía sau là nhạc sĩ Lê Huy (ngồi), nhạc sĩ Tú Minh và nhạc sĩ Trần Quảng Nam (đứng)

Nhạc Sĩ Tuấn Phước, Trương Xuân Mẫn, Ca sĩ Thanh Hà,
Nhạc sĩ Trần Quảng Nam, Nhạc sĩ Tú Minh

Lưu niệm với cố Nhiếp Ảnh Gia Dương Phụng (San Jose 2019)

Với nhiếp ảnh gia, phóng viên chiến trường Nick Ut, Melo Park, CA 2021

Ông Tô Văn Lai, Nhạc sĩ Du Ca Trần Quang Lộc, Nhạc sĩ Trương Xuân Mẫn,
Nhà báo Lê Đình Bì, San Jose, 2011

Sinh hoạt thường kỳ của Đoàn Du Ca Bắc Cali (Ảnh chụp trong mùa Covid 2021)
tại nhà Đoàn Phó Du Ca Bách Phi

Sáng lập viên và Đoàn trưởng Đoàn Du Ca Bắc Cali

VÀI GIÒNG TỪ DƯ ÂM VỌNG LẠI....

Bùi Hữu Liêm, *Kỹ sư, giám đốc NXB Cỏ Ba Lá*:
Liêm đang đọc tập thơ của anh. Thích bài "Bóng quê"

Đào Hải Triều, *Họa sĩ*:
Tập ảnh đẹp quá...Còn thơ thì ...Chữ nghĩa đâu mà anh "có" nhiều thế?

Đặng Vũ Báy, *Bác sĩ (Oakland)*:
Cảm ơn nhạc sĩ, nhiếp ảnh gia Trương Xuân Mẫn, hình ảnh rất nghệ thuật và rất có hồn. Một quyển sách rất quý giá. Tôi đã dành một chổ xứng đáng trong tủ sách của tôi.

Lê Văn Hải: nhà báo, chủ nhiệm Báo Thằng Mõ, nhà họat động cộng đồng:
Đoản văn quá tuyệt vời. Anh TX. Mẫn ơi! ...Quá ngắn, nhưng dài hơn một đời người! Gom lại những chiếc lá xanh, một thời đã quên, để nay đã trở thành những chiếc lá vàng. Trước khi biết sẽ có cơn gió...cuốn đi!
Đẹp, hay, ý nghĩa thâm sâu, trầm lắm. (đọc lời bạt tập nhạc "Ôm Đàn Hát giữa thế gian")

Lê Đàn: kỹ sư, nguyên giám đốc điều hành Cty Stratemet:
Tôi biết anh Mẫn từ quê nhà Đà Nẵng trước 1975. Trương Xuân Mẫn, anh là một nhà báo, nhiếp ảnh gia, lại là một nhà thơ, và anh còn là một nhạc sĩ, đóng góp rất nhiều trong suốt chiều dài của phong trào Du Ca Việt Nam từ khi mới thành lập cho đến nay. Mỗi khi nhắc đến nhạc của anh sáng tác, tác phẩm "Bài Học Đầu Tiên" nổi bật như một viên minh châu, vừa trong sáng, vừa dễ thương. Bài ca mang tải tình cảm dào dạt và lòng biết ơn của bao thế hệ học trò đối với thầy cô. Nếu có dịp, mời các bạn vào "net" tìm nghe...

Lê Nhường, *Cựu sĩ quan chiến tranh chính trị*:
Anh có nhiều tài năng quá! Thơ, Văn, Nhạc, lại còn Nhiếp Ảnh. Rất hân hạnh được quen biết anh.

Luân Hoán, nhà thơ, *Montreal ,Canada*:
Bạn sinh hoạt nhiều bộ môn, thật đáng phục. Chúc luôn an bình.

Mây Lan: nguyên giám đốc Sóng Việt Radio, UVBCH Đoàn Du Ca BCL, cựu Du Ca viên TP Qui Nhơn (trước 1975):
Nếu không vì vận nước đổi thay (biến cố 1975) chúng ta đã được thưởng thức nhiều ca khúc của nhạc sĩ Trương Xuân Mẫn. Toàn bộ bản thảo sáng tác thời ấy (mà không có bản copy) trong đó có rất nhiều ca khúc viết cho Du Ca để chuẩn bị in ấn và phát hành đã mất theo số phận của miền Nam và phong trào Du Ca VN. Máu Du Ca và nghệ sĩ vẫn chảy trong con người anh để chúng ta lại thấy một trưởng Du Ca Trương Xuân Mẫn nhiệt thành năng nổ "Ôm đàn đi hát giữa đời" gầy dựng lại lửa cho phong trào, qua đó gợi cho anh niềm cảm hứng để trở lại sáng tác thơ, nhạc. Chúc mừng Nhạc sĩ Trương Xuân Mẫn.

Lynn Ngô, *Bác sĩ, Stanford hospital, nghệ nhân*:
Tập ảnh rất đẹp và công phu. Lynn có trò chuyện với anh về tập thơ rồi: Thơ hay, có nhiều bài Lynn thích, như : "Dòng Sông Và Nỗi Nhớ", "Nỗi Lòng"...

Ngô Thanh Tùng: Nhiếp ảnh gia, cựu dân biểu, giáo sư ĐH :
Có nhiều hinh để triển lãm. Độc đáo, giá trị...

Phạm Phú Nam, MC, nhà báo, đạo diễn truyền hình:
3 cuốn sách của anh rất đẹp, rất ý nghĩa, rất giá trị cho độc giả. Tôi rất ngưỡng mộ và trân quý.

Phạm Quang Minh: Giáo sư, tiến sĩ, nhà thơ:
Sách Ảnh và tập thơ rất hay và rất đẹp. Đẹp tuyệt vời !!!

Phan nhật Nam: SQQLVNCH, nhà văn, nhà báo (Santa Ana, CA):
Tập ảnh của bạn cho tôi thấy ra: "Chữ nghĩa có bao lăm. Một tấm ảnh là nói đủ". Hèn gì Mỹ có giải Pulitzer cho Nhiếp Ảnh. 2/ Trở lại chuyện Thơ, bài "Cây Ớt và Em Bé Chân Trần"(tr.88) cho tôi thêm tin chắc: THƠ LÀ SỨC CỨU NẠN CHO NGƯỜI - Mỗi người cứu mỗi cách với Thơ cùng SỰ CHÂN THẬT CỦA RIÊNG MÌNH.Tập Thơ của bạn cho tôi thúc dục. Đọc đến bài "Làm Thơ"(tr 54) thì thấy ra những lời thư trên sao mà đúng đến vậy.

Trần Vấn Lệ, nhà thơ (Temple City CA):
Tôi biết ơn anh về tập thơ anh cho tôi tại SJ. Đây là một tập thơ mà tôi rất thích và chờ đợi nhiều năm nay... Ngày nào tôi cũng đọc "Tiếng Đàn Hoài Niệm", có nhiều ý tưởng thật "cao, thâm, rộng" mà có duyên, có Tâm Hồn. Đó là ký sự đời một người

làm thơ rất thơ. Thơ anh không giống như thường tình, giản dị mà lại thanh tú. Lời thơ thanh thoát, cởi mở nhân tình. Tôi yêu quý những giòng thơ êm ả mà cũng chập chùng của anh. Rất có duyên gặp Trương Xuân Mẫn để tôi nhớ lại những người tôi quen cùng họ Trương, cả những bạn đã được tôi chia sẻ. Họ trân trọng lắm lắm tài nghệ của Anh. Về hình ảnh, tôi yêu quý những chỗ đứng nhìn của Anh, cái nhìn rất yêu thương...

Vũ Công Hiển, *Nhiếp Ảnh Gia*:
Trương Xuân Mẫn tìm thấy cái ĐẸP trong cuộc sống đời thường bằng góc nhìn, cách dùng ánh sáng, và bố cục lạ. Anh không chỉ chụp hình bằng mắt mà còn bằng con tim. Vì đó, những tấm ảnh của anh gây được cảm xúc. Tôi đã đọc thơ của anh và biết anh đã từng dạy âm nhạc, vì thế, không ngạc nhiên khi người có tâm hồn nghệ sĩ như anh đã sáng tác ra những bức ảnh "có hồn".

Vũ Hồng Thịnh, *Nhạc sĩ, Giáo sư Âm Nhạc*:
Biết bao thế hệ học trò từ trước 1975, cả đến hôm nay, đã thuộc lòng các giai điệu, lời ca thấm sâu ý nghĩa của những sáng tác mà thầy giáo nhạc sĩ Trương Xuân Mẫn đã tặng cho hàng triệu bạn trẻ thêm hành trang quý giá khi đi vào đời: "Bài học đầu tiên là bài ca yêu tổ quốc không bao giờ em quên".

TRƯƠNG XUÂN MẪN
Tiếng đàn hoài niệm

THƠ

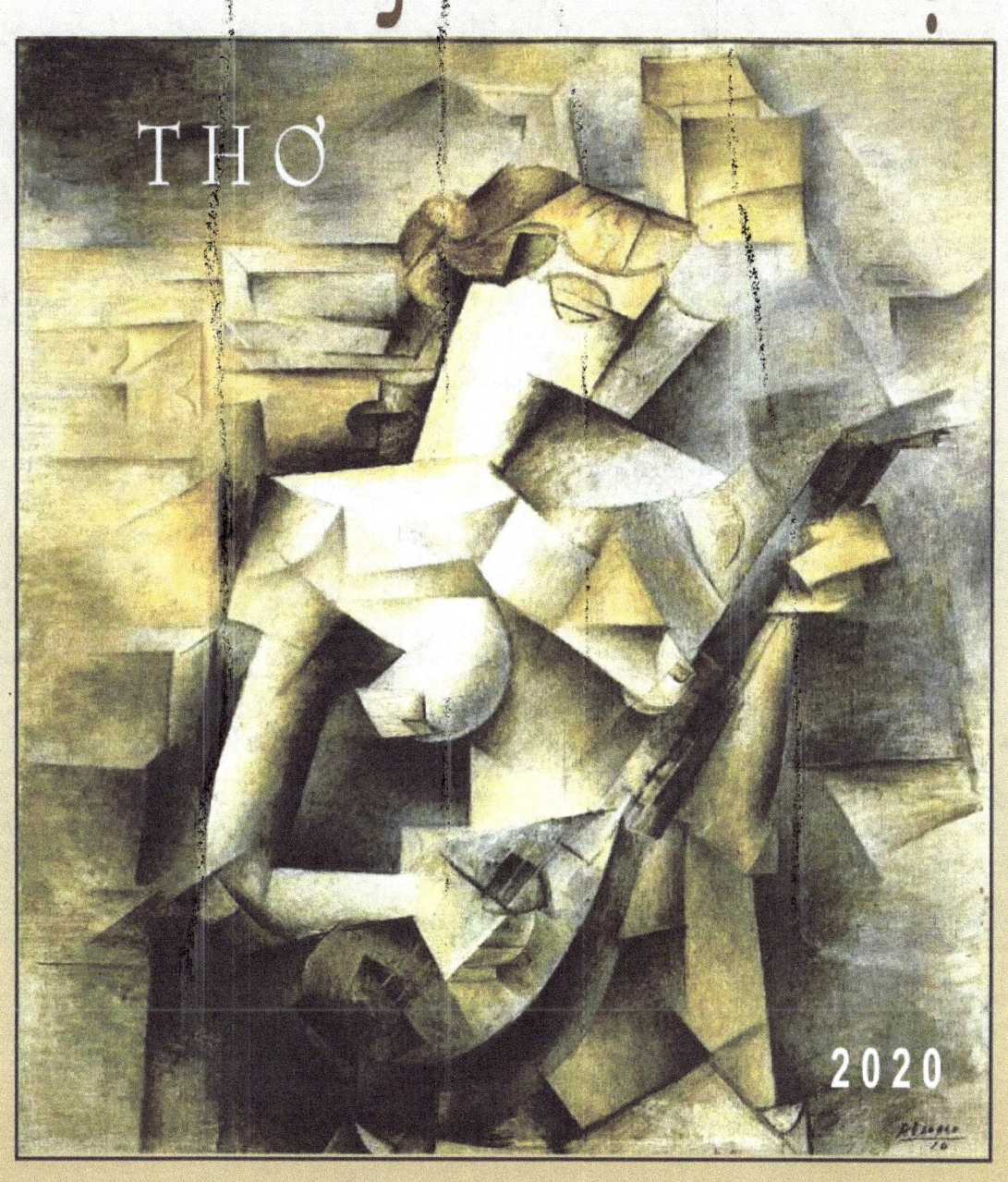

2020

TRƯƠNG XUÂN MẪN
Cái nhìn
từ con mắt thứ ba
202 tấm ảnh
2020
The book of photogaphs: "View from the third eye"
TRƯƠNG XUÂN MẪN Cái nhìn từ con mắt thứ ba 202 tấm ảnh

TRƯƠNG XUÂN MẪN

Đi rong
một thời đi rong

PHÓNG SỰ, KÝ
ĐOẢN VĂN
& TRUYỆN RẤT NGẮN

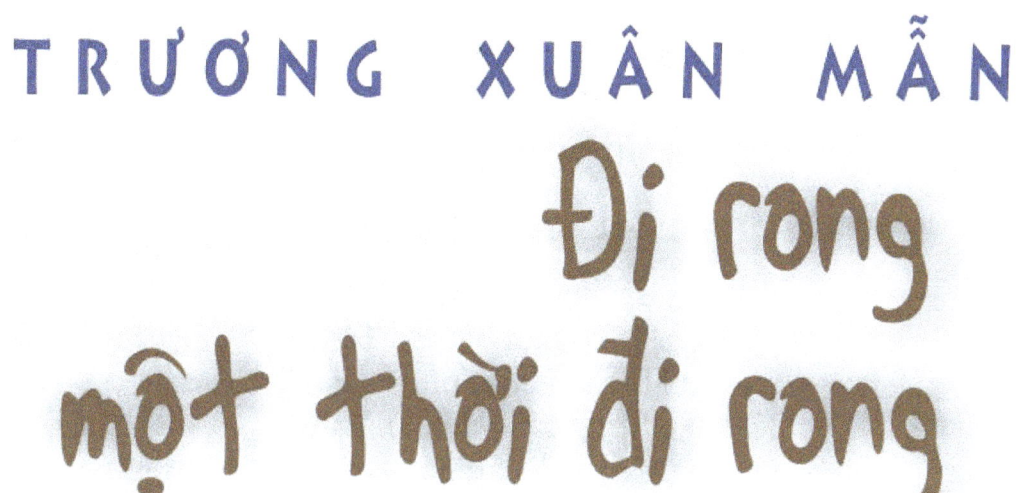

2020

MỤC LỤC

www.ingramcontent.com/pod-product-compliance
Lightning Source LLC
Chambersburg PA
CBHW082103090726
47910CB00008B/2576